SI DAVID AT SI JACKO
ANG MGA LAGUSAN NG ZOMBIE

SI DAVID AT SI JACKO
ANG MGA LAGUSAN NG ZOMBIE

Si David at si Jacko: Ang Mga Lagusan Ng Zombie (Filipino Edition)

Ang librong ito ay lisensiyado para sa personal na paggamit lamang. Para sa electronikong pormat, hiwalay na kopya ay kailangan bilhin para sa bawat taong gustong bahagian ng kwento. Ni ang may akda o ang may lathala ay hindi responsable sa pag-aalaga sa librong ito. Ilan o lahat ng mga materyal sa aklat na ito ay maaaring kathang-isip lamang at para sa mga layuning legal ay nararapat lamang na ang aklat na ito ay tratuhin bilang libangan lamang at hindi para sa pagtuturo.

Copyright © 2013 David Downie. Reserbado ang lahat ng karapatan.
ISBN: 978-1-922159-74-8
Isinalarawan ni: Tea Seroya

Bumisita sa website ng may akda: www.davidjdownie.com

Tingnan ang iba pang aklat ng may akda sa pahinang Amazon **Best Selling** Author:
www.amazon.com/author/bestsellers

Inilathala ng: Blue Peg Publishing

Kung ang nabili mo ay ang bersyong ebook ng aklat na ito, mangyaring isaalang-alang din na bilhin ang naimprentang bersyon kung ikinatutuwa ng iyong pamilya ang pagbasa ng ebooks.

Ang mga kaluskos tuwing gabi

Naririnig ko na naman ang mga kaluskos.

Pangatlong gabi na akong hindi nakakatulog ng maayos. Noong una akala ko'y dahil lang iyon sa *waterbed* na binili nila Inay at Itay para sa akin. (Ang ibig kong sabihin, sino nga ba ang mayroon noon?)

Pero nakaririnig talaga ako ng kaluskos.

Scrraaaaatch. Scraaaatch. Scrraaaaatch.

Hindi naman ito ganoon katinis parang tunog ng daliring ikinukuskos sa pisara. Ang tunog na naririnig ko'y nakakayamot, yung tipo ng tunog ng mga daliring pinaglalaruan ang hawakan ng pintuan ng mga sampung libong beses nang tuloy-tuloy na para bang walang pakialam kung magdugo man ang mga iyon.

Madilim na ang buong paligid.

Bawat gabi'y nagigising ako ng mga bandang alas dos ng madaling araw mula sa mga kaluskos. Mahina lamang ang tunog ngunit paulit-ulit ko iyong maririnig hanggang sa bumangon ako at magbukas ng ilaw. Titigil sila bigla at ako nama'y mahihirapan na muling makatulog kakaisip sa kung ano nga ba ang gumagawa ng tunog na iyon.

Isang *possum* lang siguro?

Maraming ganoon sa mga puno na nakapaligid sa bahay namin. Minsan pa nga'y pinakain ni Itay ang isa mga possum doon malapit sa pool ngunit kinagat siya nito at ayaw nitong bumitaw. Nakakatuwa yung pangyayaring iyon. Sinubukan ni itay na iwagayway ang kamay niya para bumitiw ang possum, pero hindi talaga ito sumusuko.

Ang ginawa nalang ni Itay ay tumalon siya sa pool. Nagkusa nang bumitaw yung possum dahil kailangan niyang huminga para hindi siya malunod.

Ngunit malayo ang tunog ng mga possums sa tunog na naririnig ko ngayon. Ang mga possum kasi ay madalas nag-aaway at gumagawa ng malalakas na ingay, hindi gaya ng naririnig ko ngayong mahina-hinang tunog at naririnig ko lamang kapag nakapatay ang ilaw at nakahiga na ako sa kama.

Kahit nga ang aso kong si Jacko ay tila nakakarinig rin ng tunog na iyon. Natutulog si Jacko malapit sa pintuan, kalahati ng katawan niya'y nasa sahig at ang kalahati naman ay nasa alpombra. (Hindi kasi pwedeng matulog sa alpombra si Jacko dahil sa pulgas niya.) Pero sa tuwing nagigising ako dahil sa mga kaluskos, gising din siya, nakabaling ang ulo sa isang gilid parang nalilito.

Ngayon ay minabuti kong hindi na lang matulog muli. Iniwan kong nakabukas ang ilaw at humiga lamang ako hanggang sumapit ang umaga.

Alam kong hindi magiging maganda ang pakiramdam ko sa buong araw.

Si Brandy

Bumangon lamang ako noong nakarinig ako ng ingay mula sa kusina. Hindi ko man marinig ang mga kaluskos sa gabi, ako pa rin ang nauunang magising sa bahay. Pareho iyong nakabubuti at nakasasama. Mabuti kasi may oras pa akong gawin yung mga bagay na dapat kong gawin, at masama naman dahil medyo nakakainip rin maging nag-iisang gising sa bahay.

Naglakad na ako patungong kusina. Nakaupo si Itay sa malaki naming lamesa habang kumakain ng tinapay at umiinom ng tsaa, nagbabasa ng dyaryo. Ayon sa nakikita ko, ganito ang ginagawa niya tuwing umaga.

Naglagay na lamang ako ng cereal sa mangko at naupo sa tabi ni Itay. Nagustuhan ko yung bahaging may komiks, kaya naman kinuha ko iyon noong binitiwan ni Itay ang dyaryo at pinunuan niyang muli ng tsaa yung tasa niya.

"Nagtungo dito si John kanina," sabi sa akin ni Itay noong tumingin siya mula sa ilalim ng kanyang suot na salamin, "Mayroon akong hindi magandang balita sa iyo."

6

SI DAVID AT SI JACKO: ANG MGA LAGUSAN NG ZOMBIE

Kinabahan akong bigla habang nangangamba sa kung ano kayang balita iyon. Si John Moose ay ang tatay ng bestfriend kong si Jolon na nakatira dalawang bahay mula sa amin. Naisip kong baka lilipat sila ng tirahan, na siguradong ikalulungkot ko.

"Patay na si Brandy."

Nagulat ako sa narinig ko. Si Brandy ay ang alagang aso ni Jolon. Makulit at malambing na aso si Brandy. Madalas siyang tahimik lamang na nakasalampak sa hardin ng kapitbahay, kung saan wala sa kanyang nakakakita.

"Paanong nagkanoon?" tanong ko.

"Hindi kami sigurado. Pero may mga marka siya ng kagat sa katawan. Hindi namin alam paanong nagkaganoon."

"Nakakakilabot naman!" sabi ko.

"Nandoon lamang siya sa paborito niyang lugar noong nangyari. Inilibing na siya ng buong pamilya ni Jolon sa likod ng bahay nila."

Tahimik kong tinapos ang aking pagkain at lumabas ako ng bahay patungong kalsada. Nakita ko si Jolon sa labas ng bahay nila, nilapitan ko siya at kinausap.

"Anong nangyari?," tanong ko sa kanya.

"Wala na siya," sabi ni Jolon. "Patay na siya. Patay na siya."

Tila napakalungkot ngayon ni Jolon. Kasama niya na kasi si Brandy mula noong tatlong taong gulang pa lamang siya. Kahit naman ako'y hindi ko lubos maisip na patay si Jacko, na mamatay siya dahil sa kung anong kakagat sa kanya habang natutulog.

"Nalulungkot din ako sa nangyari," wika ko.

Napatingin siya sa aking nangingilid ang mata, parang iiyak.

"Mayroong gumawa noon sa kanya. Hindi lang iyon basta mga marka ng kagat – mayroong *kumain sa kanya*. Wala na rin kasi yung mga laman loob niya. Maraming laman niya yung nawala."

"Ano namang pwedeng gumawa sa kanya noon, at saka bakit dito pa sa Sabot Street sa dinami-dami ng lugar?"

Hindi ko rin alam ang sagot.

Nagtinginan lang kami.

Ang Apador

Kinagabihan ay naririnig ko na namang muli ang mga kaluskos. Hindi ako nakatulog kakahintay na marinig ko ang tunog na iyon, pasado alas dos na ng madaling araw, mahina at nakakapangilabot ang tunog na nangingibabaw sa kadiliman.

Scrraaaaatch. Scraaaatch. Scrraaaaatch.

Mga limang minuto ko iyong naririnig hanggang sa hindi ko na kayang makatagal. Dahil wala pang tulog, heto ako at nawawala sa wisyo pero kailangang ipagpatuloy ko na ang aking nasimulan.

O kakailanganin ko nang lumipat ng matutulugan.

Bumangon ako ng tahimik, umaasang matatagpuan ko na sa wakas kung anong gumagawa noong ingay na naririnig ko. Tumayo ako at nakatingkayad na lumakad patungo sa bintana.

Scrraaaaatch. Scraaaatch. Scrraaaaatch.

Nanginginig na ako. Ganito rin kasi ang tunog ng isang taong kinukuskos ang mismong mga daliri sa pader. Pero bakit naman iyon gagawin ng isang tao ng paulit-ulit?

SI DAVID AT SI JACKO: ANG MGA LAGUSAN NG ZOMBIE

Wala akong maisip na pwedeng maging dahilan.

Sumilip ako sa kung anong pwedeng makita sa bintana. Wala ni sanga ng puno o possum ang nakita ko dahil sa sobrang kadiliman.

Scrraaaaatch. Scraaaatch. Scrraaaaatch.

Kung hindi ako nagkakamali, ang tunog ay nanggaling mula sa loob ng kwarto ko. Ang mga possums naman ay madalas nasa bubong, naisip ko.

Scrraaaaatch. Scraaaatch. Scrraaaaatch.

Sinundan ko ang naririnig kong tunog na para bang naglalaro ako ng *Marco Polo*. Kung pipikit ako, halos wala ring pinagkaiba sa nakikita ko; ganoon kadilim ngayon dito sa kwarto. Wari ko'y nanggagaling ang tunog sa aparador kung saan ko nilalagay ang mga damit ko.

Ano bang nangyayari? Hindi ba't sa mga pelikula kung saan may mga masasamang bata lang 'to nagaganap?

Siguro'y possum lang iyon o kaya daga na nakulong sa loob. Maaari ring makakita lamang ako ng pugad na gawa sa lumang dyaryo at kakailanganin ko lang linisin iyon mula sa mga dumi ng daga.

Ngayo'y nasa tabi ko na si Jacko, pareho kaming nakatingin sa aparador. Wala na akong pakialam kung nasa alpombra pa siya Hindi naman kasi iyon ang kinakatakot ko, hindi rin naman kahit na ano….

Scrraaaaatch. Scraaaatch. Scrraaaaatch.

Sigurado akong nasa loob ng aparador yung gumagawa ng ingay. Kung ano man yun, malamang ay isang hayop lamang. Nakakaramdam na ako ng paunti-unting takot kung kaya't kumuha ako ng lampara at tiningnan ko si Jack.

"Heto na iyon, ito na ang pagkakataon," sabi ko.

At binuksan ko na ang aparador.

Ang sikretong lagusan

Walang laman ang aparador. Walang laman maliban sa mga damit na naroroon. Maliban sa sapatos. At sa bola ko ng soccer at ang *cricket bat* ko.

Maliban sa mga bagay na iyon.

Nang biglang marinig kong muli ang tunog.

Scrraaaaatch.

Pahina nang pahina ang tunog bago ito tuluyang maglaho. Tiningnan ko ang mga laman ng aparador, wala akong makitang pwedeng panggalingan ng ganoong tunog. Wala naman akong makitang daga o kaya'y possum, wala ni isa.

Pero nanggagaling talaga sa aparador ang tunog.

Baka nasa pader. Malamang naroon.

Inilabas ko ang lahat ng mga damit mula sa aparador ko at isinalampak ko sa sahig. Biglang sumagi sa isipan kong hindi ikatutuwa iyon ni Inay. Pero nagpatuloy ako, yung ibang mga gamit ay inilagay ko rin sa sahig hanggang sa mangalahati na ang laman noong aparador.

Sinubukan kong tanggalin ang isang pitak ng aparador. Matapos kong matanggal ang isa'y sinunod-sunod ko na ang limang iba pa upang tuluyan na akong makalapit sa bandang pader.

Ako na lamang at ang ngayo'y walang laman kong aparador.

Hinaplos ko ang bahagi kung saan direktang katapat ng pader.

Scrraaaaatch.

Hindi na gaanong katunog nang kanina, pero malapit. Siguro dahil iyon sa gaan ng kamay ko.

Lumuhod ako at kinapa kong maigi ang bahaging iyon para malaman kung may butas bang ginawa ang mga daga o parang ganoon. Inilawan ko pa, pero wala.

Kaya naman tumayo na ako. Nang biglang tumakbo papasok ng aparador si Jacko habang tumatahol.

"Jacko!" saway ko sa kanya at baka magising sina Inay at Itay. Pinilit kong pigilan ang pagtungo ni Jacko sa loob at nawalan ako sa balanse. Para maiwasan ko siyang madaganan, kinailangan kong pigilan ang sarili ko sa pagbagsak – napa-atras ako ng kaunti.

Klik!

Gumalaw ang pader sa pagsandal ko, ng kaunti lang. Mga isang pulgada.

Nawirduhan ako sa nangyari. Inilawan ko ang bahaging iyon at nakita kong parang may natuklap na bahagi.

Ano ito?

Inabot ko iyon gamit ang aking kamay at hinila ng marahan.

Gumalaw ang bahaging iyon gawing pakanan, at naaninag ko pa ng husto ang kadiliman.

Mayroong lagusang nakakubli sa kwartong tinutulugan ko.

Ang Zombie

Walang bakas ng kung anuman ang naroroon na pwedeng pagmulan ng ingay na naririnig ko. Sa laki ng lagusa'y kasya marahil doon ang dalawang malaking tao. Hindi ko na makita nang maayos ang kung anong meron dahilan sa mahina lang din ang ilaw sa lampara ko, pero ang lagusa'y tila pababa, pailalim sa bahay sa tingin ko.

Napagdesisyunan ko na hindi ako maaaring magtungo sa kung saan man tutungo ang lagusang iyon, hindi sa alanganing oras gaya nito, nang biglang tumakbo si Jacko doon sa kadiliman.

Hindi 'to maari.

Agad-agad ko siyang sinundan. Wala naman na akong ibang magagawa matapos ang lahat ng pinagsamahan namin.

Matapos ang isang mabilis na pagbaba, nalaman kong ang lagusan ay patungong kaliwa ng mga dalawampung metro na kung hindi ako nagkakamali'y kasing haba na ng isang kalye. Habang ginagalugad ko ang lagusan ay nakita kong mayroon pang ibang mga lagusan ang nakakonekta dito. Ang bawat lagusan ay may mga layong parang sinukat dahil parang magkakasing-layo sila mula sa isa't-isa.

Ang mga lagusa'y nakakonekta sa bawat bahay na matatagpuan sa kalye namin!

Wala pa ring bakas ni Jacko. Kailangan kong mamili kung kakanan ba ako o kakaliwa, at, dahil sa pagkakaalam ko'y mas posibleng kakaliwa si Jacko, kumaliwa ako. Mga dalawang metro lamang sa harapan ang kayang ilawan ng lamparang hawak ko, kaya limitado lamang ang nakikita ko.

Umaasa na lamang akong hindi siya nagtungo sa kung saang lagusan. Hindi ko lang lubos maisip na makulong siya sa mga lagusang ito ng ilang linggo bago niya kaharapin ang kanyang mapait na hantungan.

"Jack," bulong ko. "Jaaacko?"

Hindi ko rin alam kung bakit ako bumubulong lamang. Pero sa totoo lang, natatakot pa din ako, yun nga siguro ang dahilan kung bakit. Naglaro tuloy bigla sa isipan ko na ako rin ay pwedeng hindi na makalabas mula dito sa loob ng ilang linggo, magkakagaya kasi ng hitsura ang mga lagusan…

Gaya ng ginawa nina *Hansel at Gretel,* inapakan ko ng madiin ang mga nadadaanan ko at minabuti kong iwan ang relos ko sa gitna ng daanan kung saan ako liliko. Alam kong hindi rin iyon masyado makakatulong gaya ng mga tinapay na iniwan noong dalawang magkapatid, pero dahil sa relos na iyon ay malalaman ko kung kailan ko kakanan.

Patuloy akong naglakad.

Makalipas ang isang minuto o kung ilan man, nakita ko na si Jacko. Naroon siya sa tapat ng pasukan ng panibagong lagusan, nakatingin sa kung anumang nandoon.

"Anong meron, Jacko?" tanong ko sa kanya habang natutuwang makita siya.

Hindi sumagot si Jacko, pero yung maikli niyang buntot ay kumukumpas ng pagkabilis-bilis, na para bang sinasabi niyang natutuwa rin siyang nakita niya na ako.

"Tara na," imbita ko sa kanya. "Oras na para umuwi."

Lumingon at tiningnan niya lamang ako. Para siyang nababagabag noong una, maya-maya'y wala nang emosyong makikita sa kanya.

Narinig ko na lamang muli.

Scrraaaaatch. Scraaaatch. Scrraaaaatch.

Dumaloy na namang muli ang kaba sa buo kong katawan. Nanggagaling ang tunog mula sa lagusan.

Naisip ko lamang bigla, at ayon sa aking pag-aanalisa, ang lagusang ito ay patungo sa bahay nina Jolon. Sa pagkakaalam ko pa, isang daga o possum, o kung ano man iyon, ang gumigising at nagpapakaba sa amin tuwing gabi dahil sa tunog na ginagawa nito.

Nakakapagtakang hindi nagbanggit si Jolon ukol doon kaninang umaga. Marahil ay sobra siyang nalulungkot sa nangyari kay Brandy.

"Tutal narito na tayo," sabi ko kay Jack. "Malayo na ang narating natin. Siguro'y dapat malaman na natin kung ano bang nilalang ang gumagawa noong nakakapangilabot na tunog na iyon. Baka sakali'y mahuli pa natin."

Pinagpatuloy ko nang bagtasin ang lagusang iyon, dahan-dahan, alam ko rin kasing malapit na iyon sa hangganan. Tinakpan ko ang lamparang hawak ko gamit ang aking kamay para mabawasan ang liwanag niyon, at para makaiwas na magambala yung kung ano mang gumagawa noong ingay.

Scrraaaaatch. Scraaaatch. Scrraaaaatch.

Narating ko na ang huling sulok sa lagusang iyon at gamit ang pinahinang liwanag na nagmumula sa hawak kong lampara'y nasisilayan ko nang kaunti ang kung anong naroon sa bandang dulo.

Isang lalaking nakaharap sa pader sa kadiliman. Ang mga kamay niya'y nasa gilid. Nakatigil siya.

Dumaloy na nang tuluyan ang takot sa buo kong katawan.

Ang suot-suot ng lalaking iyon ay gula-gulanit. At nangangamoy siya, amoy na para bang lahat ng baho'y nagtumpukan sa kanya.

Parang amoy ng estero at ng burak, ng tutuli at ng nabubulok, amoy na nakakasuka, nakakasulasok.

At ng kamatayan. Ganoon ang amoy sa mga lamay.

At iyon ang nangingibabaw. Marahil ay wala siyang tirahan.

Nagsimula na akong umatras nang marahang inabot ng lalaki iyong bandang itaas ng pader na nasa harapan niya ngayon.

Scrraaaaatch. Scraaaatch. Scrraaaaatch.

Panibagong panlalamig ang dumapo sa akin. Mayroong mali sa kamay noong lalaki. Iyon ay, talaga namang, naaagnas. Natatangal na ang mga laman, at nangingitim, para bang na-*frostbite*. At sa nakikita ko ngayon, ang mga daliri niya'y hindi rin maganda ang kondisyon. Hindi ko alam kung iyong dalawang bagay lamang na iyon ang hindi normal sa kanya.

Mayroong naiiwang bakas ng dugo sa pader habang kinuskos niya ang kamay niya doon.

Kinikilabutan na talaga ako ngayon. Hindi ako makagalaw sa sobrang takot. Kailangan ko nang makaalis dito bago pa ako mapansin ng lalaking itong halata namang walang tirahan at lulong sa bisyo. Siya siguro ang pumatay kay Brandy! Gamit ang kanyang mga ngipin!

Tumahol bigla si Jacko.

Ngayon ay naalala ko ang lahat ng pinagsamahan namin ni Jacko – palaging kaming dalawa ang magkasama at inaalagaan namin ang isa't-isa. Pero sa mismong pangyayaring ito'y parang napaisip ako kung talaga bang naiintindihan ni Jacko ang kung anong nararamdaman ko sa puso ko. Marahil ang pagkagulat sa pagkakita sa lalaking ito ang sumira sa magaling niyang pagtatasa.

Hindi na importante sa ngayon kung bakit nga ba niya ginawa iyon. Ibinaba noong lalaki ang kamay niya patungo sa tagiliran niya at umungol siya.

Umungol siya!

Anong klase ng tao ang uungol? Nakakapagpabagabag ang tunog ng ungol niyang iyon. Mabagal at malalim at nakakapangilabot.

Sa sobrang takot ko'y hindi ako makagalaw. Literal na hindi makagalaw. Nanigas akong parang istatwang walang ibang maaaring gawin kundi makinig na lamang sa ungol ng isang taong parang namamatay dahil sa pinepeste siya ng maraming insekto.

Tapos ay lumingon siya – paunti-unti – at tumingin sa akin.

Ang mukha niya'y parang bangungot. Ang isang mata niya'y parang lumiit at ang kalahating bahagi pa noon ay parang gusto nang kumalas sa bungo niya. Ilang bahagi ng mukha niya ang nawawala, para bang naagnas na o di kaya'y nahulog sa kung saan. Isa sa labi niya ang wala na, at ang mga ngipin niya'y naninilaw at nangingitim at parang kakalas na. Maraming hibla rin mula sa nangangamoy niyang buhok ang nawawala na, tila ang buong ulo niya'y naaagnas na habang siya'y nabubuhay pa.

Paanong buhay pa ang lalaking 'to?

Buhay pa nga ba siya?

Ayoko nang malaman, pero hindi pa rin ako makagalaw.

Ang mga kamay niya'y parang inaabot ako at nagpatuloy siya sa pag-ungol.

Mga dalawang metro na lamang ang layo niya sa akin.

Isa sa mga paa niya ang inabante niya. Sinundan ng isa pa. Naglalakad siyang parang hindi niya alam kung paano, o nawawalan lang siya ng balanse.

Mabagal siya kung gumalaw. Kung hindi ko pa malalaman kung paano ako makakagalaw, magagapos na ako ng tuluyan ng mga nakakadiring kamay niya sa loob ng sampung segundo.

Pitong segundo.

Lima.

Ngayo'y ako na ang umuungol.

Tatlong segundo na lang.

Kasing bilis ng bala na pinutok mula sa isang baril, biglang kumaripas si Jacko gamit ang kanyang tatlong pulgadang binti. Nagngitngit sa galit niyang inatake ang nakakahindik-balahibong nilalang. Kinagat niya ang sakong noong lalaki at nilapa iyon.

Huminto yung lalaki at tiningnan niya lang si Jacko na para bang may dumapo lamang na langaw sa paa niya. Mas nilakasan pa ni Jacko ang ginagawa niya at nakikita kong napipilas na ang mga laman mula doon. Umungol lamang ng ilang beses ang lalaki at inabot ang aking mumunting kaibigan gamit ang kanyang nakadidiring kamay.

Dahil nalalaman kong hindi magiging maganda ang mga susunod na mangyayari kung mahahawakan noong nilalang na iyon si Jacko, dali-dali akong bumwelo para masuntok ang nakatagilid niyang ulo. Damang-dama ko ang laman niya sa ilalim ng kamao ko.

Napatalsik siya sa isang gilid bago tuluyang nadulas sa gawing kaliwa. Si Jacko, na nasa kanan niya, ay tumilapon naman malapit sa pader.

Nasa bibig ngayon ni Jacko yung pang kanina'y kinagat lamang niya.

"Tara, Jacko!" mabilis kong sabi. "Lumabas na tayo!"

Hindi ko na siya hinintay na sumagot, tumakbo na ako ng pagkabilis-bilis at lumiko pakanan pabalik sa bahay. Sumunod naman si Jacko sa akin.

Sa 'di kalayua'y naririnig kong mayroong sumusunod sa amin, na para bang naglalakad siya habang kinakaskas ang kabilang binti.

Maya-maya pa'y narating na namin ang lugar kung saan ko iniwan ang relos ko, pinulot ko muna iyon bago ako lumiko pakanan, sa lagusan pabalik, patungo sa aking aparador.

Hinawi ko ang pintuan at nagawa ko naman itong isara bago ako tuluyang lumabas sa aking kwarto at buksan ang ilaw.

Mayroong naaagnas na paa sa bibig niya.

Bago pa ako makagawa ng kahit na ano, biglang bumukas ang pintuan ng kwarto ko. Si Itay ay bigla na lamang pumasok nang hindi kumakatok gaya ng palagi niyang ginagawa. Para bang mayroon siyang hinahanap.

"Nakita mo ba David yung salamin ko?" tanong niya.

Nakatingin lamang si itay sa akin, habang medyo hinihingal pa ako (dahil sa tinakbo ko kanina at sa pagkagulat kay Itay), at si Jacko naman ay nasa tabi ko't may paa pa sa bibig.

Tumingin panandali si Itay doon sa paang iyon.

"Ayos yang paang yan ah," sabi niya. "Binili ba ng Lola 'yan sayo?"

Nagrason na lamang ako ng may kinalaman sa magic shop, pero naghahanap na si Itay sa mga kalat na nasa lamesa ko.

SI DAVID AT SI JACKO: ANG MGA LAGUSAN NG ZOMBIE

Pagkaalis ni Itay ay nahiga na ako. Siguro'y bilib na bilib si Jacko sa sarili niya ngayon dahil doon sa nagawa niya kanina, pero ako hindi ko alam. Nanginginig ako – walang duda.

Ano nga bang nangyayari?

Imposibleng nakakita talaga ako ng isang lalaking kalahating buhay, kalahating patay. Kalahati din ng mukha niya ay nawawala, at hindi man lang siya umaray noong kinagat ni Jacko ang kanyang paa. At bakit nga ba naputol ang paa niya? Ang liit lang ni Jacko para magawa iyon!

Siguro'y may ketong lang siya o 'di kaya'y…

Pero, yung paa niya o siya mismo ang patay. At ang mga patay na naglalakad at nananakit ng tao ay pamilyar. Ganoon ang mga nasa mga palabas.

Parang isang zombie.

Ayaw maniwala ng utak ko sa naisip kong iyon habang pinipilit kong mag-isip nang mas makatotohanan. Pero wala nang ibang paliwanag ang pwedeng makapagpalinaw pa ng nangyayari liban doon.

Inatake ako ng zombie.

Biglang tumahol si Jacko.

Napatingin ako sa kanya. Ibinagsak niya yung paa sa sahig. Pupulutin ko na sana iyon nang biglang gumalaw ang isang daliri, tapos yung isa pa.

Buhay pa iyong paa.

Lumakad iyon ng mabagal papunta kay Jacko.

Nakakatuwa sana iyon kung hindi lang nakakadiri ang hitsura. Ano nga bang pwede nung gawin sa aso ko? Kilitiin siya?

Nilagay ko ang paang iyon sa isang lagayan, kung saan hindi siya basta-basta makaaalis.

Pagod na pagod ako. Tuluyan na akong humilata sa kama at napaisip.

Ano nga bang alam ko tungkol sa mga zombie? Kaunting-kaunti lang. Yung mga pelikula naman ay nagsasabi lang na kailangan mong wasakin yung utak nila para sila mamatay. At kapag nakagat ka naman nila, magiging zombie ka na din.

Pero kung totoo man iyon o hindi, wala naman talagang nakakaalam.

Ang alam ko lang sa ngayon pagod ako, inatake ako ng zombie kani-kanina lamang, at halos wala akong tulog nitong huling apat na araw.

Oras na siguro para bumawi sa sarili ko.

Ang paa at ang mga patatas

Nang magising ako'y unang-una kong ginawa ang dilaan ang mga labi ko. Tuyong-tuyo kasi ang mga iyon, at ako nama'y uhaw na uhaw. Tiningnan ko si Jacko na ngayo'y natutulog sa alpombra. Nakataob yung lagayan na nasa tabi niya.

Yung lagayan!

Inayos kong bigla ang sarili ko sa posisyong nakaupo. Nakaramdam ako ng kirot sa ulo ko. May sakit yata ako.

Kumalaban nga ba ako ng zombie kagabi? Parang hindi naman. Nagdesisyon na akong tumayo. Nakita ko ang mga damit at mga gamit kong nakahandusay sa sahig, kung sa bagay mukha namang totoo naman talaga yung pagkakalat na ginawa ko. Sinilip ko yung aparador ko, na kung titingnan ngayo'y hindi naman nakakatakot dahil sa liwanag.

Dahil buong akala ko'y kalokohan lang lahat ng nangyari kagabi, tinulak ko iyong likod na bahagi ng aparador, hinila ko pagilid para makita ko yung lagusan, kasing dilim pa rin ito gaya ng aking naaalala.

Gising na rin si Jacko, kaya binuhat ko siya.

Amoy repolyo at panis na isda si Jacko.

Totoo nga ang lahat. Tunay na nangyari ang mga iyon.

Sinara kong muli ang lagusan at maging ang aking aparador. Nilagyan ko pa ng upuan ang sarahan noon para hindi kaagad mabubuksan mula sa loob. Kung mabubuksan man, hindi magiging ganoon kadali.

Buhat-buhat ko si Jacko habang nahihilo akong naglalakad patungong kusina, kung saan kumakain sina Inay at Itay ng almusal.

"Hi Davey," bungad ni Inay. "Maayos ba tulog mo?"

"Nag-alala kami ng Inay mo sayo," sabi naman ni Itay. "Tulog ka buong umaga at buong gabi."

Iyon na nga marahil ang rason kung bakit masakit ang ulo ko. Inabutan ako ni Inay ng orange juice at humigop akong kaagad, nagustuhan ko kaya kumuha pa ako ng isa.

"Hindi pa kayo nagkikita ni Jolon, no?" tanong ni Inay.

"Nagkita po kami kahapon, nag-usap po kami tungkol kay Brandy," sabi ko, ngayong nawala na ang aking uhaw. "Bakit po?"

SI DAVID AT SI JACKO: ANG MGA LAGUSAN NG ZOMBIE

"Hinahanap kasi siya dito kanina ng tatay niya," sabi ni Inay. "Lumabas daw ng bahay si Jolon kaninang umaga, akala nila'y magpupunta lang sa sapa kasama mo para mangisda."

Nagulantang ako bigla. Nawawala ang bestfriend ko, at nalalaman ko ring may zombie na nakatira sa ilalim ng kwarto niya at iyong zombie pa na iyon ang kumain sa aso niya kahapon lang.

Ayoko namang sabihin sa mga magulang ko ang nalalaman ko. Ano namang iisipin nila?

Alam ko na kung anong nasa isip ko. Maaaring nakain na nung zombie si Jolon, o di kaya'y inusisa ni Jolon ang lagusan gaya ng ginawa ko at nakulong siya doon sa baba. Pero kung kinain na si Jolon noong zombie alam kong makikita din ng mga magulang niya ang katawan niya gaya noong kay Brandy.

Pero ibig sabihin nito'y naroon nga si Jolon sa mga lagusan. Mga lagusan kung saan nakasisiguro akong may isang zombie.

Kailangang mayroon akong gawin.

Nagpaalam na ako kina Inay na hindi na muna ako mag-aalmusal at gumawa na ako ng plano. Simple lang ang gagawin ko. Bababa akong muli sa mga lagusan at ililigtas ko ang

31

kaibigan ko. Pero kailangan kong tanggapin ang katotohanan na kahaharapin ko na naman ang zombie kung gagawin ko nga 'tong plano.

Kailangan kong maghanda.

Nagpunta ako sa kwarto ng kuya ko at ginalugad ko ang ilalim ng kama niya. Doon niya kasi tinatago lahat ng mga mahahalagang bagay niya, katulad na lamang noong baseball bat na regalo sa kanya ni Tito Bill noong ikalimang kaarawan niya. Sobrang laki noon para sa kanya, pero alam kong makakatulong iyon sa akin ng malaki.

Pwede ko iyong gamitin pangwasak ng utak ng zombie.

Pabalik na ako sa kwarto ko nang biglang tinawag ako ni Inay.

"Nga pala David, pwede bang pakikuha 'tong paang 'to. Nakita ko 'to kanina sa paminggalan kanina at naroon iyan sa mga patatas. Sinabi sa akin ng tatay mo na binili yan sayo ng Lola pero hindi ko iyan gusto. Hindi ko gusto yung amoy niyan."

Tumakbo ako at kinuha ko yung paa. Gumagalaw-galaw pa rin ang mga daliri nito, gaya ng sabi ni Inay. Lalabas sina Inay at Itay para maglakad-lakad kaya hinintay ko na silang makalabas bago ko inilagay yung paa sa *microwave*.

SI DAVID AT SI JACKO: ANG MGA LAGUSAN NG ZOMBIE

Ayos na siguro ang isang minuto, naisip ko.

O baka mas gagana kung sampu?

Binuksan ko na yung *microwave* at nagsimula na itong uminit. Yung paa nama'y nagpapaikot-ikot sa loob. Ilang saglit pa ang lumipas ay parang nagwawala na yung paa. Pero ano pa nga bang magagawa niya? Naisip ko. Hindi na siya pwede mamatay, dahil patay na siya, at kaya siya kumakaripas ay dahil sa...

Biglang sumabog iyong paa sa ika-anim na minuto. Hindi na gumagalaw yung mga daliri.

Sa ikasampung minuto'y mistulang nasunog na laman na lamang yung paa.

Naglaan ako ng sampu pang minuto para linisin yung *microwave*. Ihuhulog ko na sana yung paa sa basurahan pero naisip kong pag nakita ni Inay na may tustadong paa ng zombie doon, mayayari ako. Gumamit ako ng ilang mga bagay para lang makasigurong malinis yung *microwave* at sinabi ko na rin sa sarili na hindi na ako muling kakain ng gulay na iinitin gamit iyon.

Kinuha ko na yung bat at ang aking lihim na armas — isang tirador at ilang mga pangbala — kasama ng mga bola ng *string* at saka yung sulong ginagamit ni itay kapag namumundok at pumapasok sa mga kweba.

Inipit ko sa suot kong pambaba yung tirador at inumpisahan ko nang siyasatin yung kweba sa paghahanap sa kaibigan kong si Jolon.

Si Jolon

Heto na naman ako, nasa loob ng lagusan. Natatakot, malamang, at maingat. Itinali ko yung dulo ng *string* sa kama ko. Iyon kasi ang magsisilbing paraan para malaman ko kung saan ang daan pabalik.

Mas malawak na ang nakikita ko sa paligid gamit itong sulo. Wala akong makitang bakas ni Jolon o nung zombie.

Hindi ko alam kung saan ako pupunta, pero maaari rin kasing tinahak niya yung daan pababa gaya ko noong una, kaya heto patungo na ako sa lugar nina Jolon, nasa likuran ko si Jacko. Parang natakot na siya gawa noong kinailangan niyang nangyari sa paa noong zombie.

Nagpatuloy lang ako sa paglakad ng mga tatlo pang minuto. Ang tatlong minutong iyon ay parang sobrang haba sa madilim ng lagusang ito. Nang marating ko ang likuan kung saan ang mga daan ay mistulang letrang T, kailangan kong mamili kung kanan ba o kaliwa.

Huminto ako at nakinig. Walang kaluskos o ungol akong naririnig.

"Jolon," bulong ko, natatakot magsalita ng mas malakas.

"Jolon, nandito ka ba?"

Walang sumasagot. Nakarinig ako bigla ng patak ng tubig sa gawing kanan. Sumagi sa isip ko ang ideyang pwedeng doon siya sa direksyon na iyon nagpunta, para lamang kumuha ng maiinom matapos ang isang gabi sa lagusan.

Tinungo ko ang daan na iyon na puro pababa.

SI DAVID AT SI JACKO: ANG MGA LAGUSAN NG ZOMBIE

Ilang minuto pa ay ilang mga liko ang aking tinahak hanggang sa marating ko ang isang malaking espasyo. Tiningnan ko ang mga bato sa bandang itaas na naiilawan ng sulong hawak ko. Ang lakaran ay napalilibutan ng kulay itim na tubig, may mga halaman din sa iilang mga batong umaabot na hanggang sa kisame.

May nakita akong nasa tabi ng isang batis. Nilapitan ko iyong bagay na iyon na nakatago sa ilang mga bato. Kung ano man iyon, nakita kong kumuha siya ng tubig sa sapa gamit ang kanyang kamay bago tuluyang uminom ng madami.

Sa tingin ko'y hindi naman gagawa ng ganoong bagay ang isang zombie.

"Jolon?"

Medyo nabuo na ang hugis niya, at nailawan na siya ng sulo ko.

"David?"

Si Jolon nga. Pero hindi siya mukhang maayos. Mukha siyang pagod, uhaw at natatakot. Lumapit pa ako ng kaunti at napahalinghing siya na parang nasaktan nang tinapik ko siya sa bandang balikat.

"Ayos ka lang ba? Anong nangyari?"

Ipinaliwanag ni Jolon sa akin ang lahat. Nagising na lamang daw siya isang gabi dahil sa naririnig niyang kaluskos, at gaya ko'y natagpuan niya yung lagusan.

"Naglakad lang ako ng naglakad. Hindi ako natatakot kahit kaunti. Nang biglang nawalan ng sindi yung sulo ko at nawala ako. Bigla-bigla'y mayroong umatake sa akin."

"Umatake sayo?" tanong ko. "Wala bang masakit sayo?"

"Kinagat niya ako, mabagal na mabagal, tapos mabuti na lang at nakatakbo ako. Sinundan ko lang yung tunog ng tubig at dito ako humantong makalipas ang ilang oras."

"Nauuhaw na rin ako."

SI DAVID AT SI JACKO: ANG MGA LAGUSAN NG ZOMBIE

Hindi ko alam kung paano ko sasabihin sa kanya na ang umatake sa kanya ay isang zombie. Hindi pa rin ako lubos na makapaniwala sa mga nangyayari, pero alam kong totoo 'tong lahat. Mukhang masaya rin si Jacko na natagpuan namin si Jolon.

"Tara, umuwi na tayo."

Tinulungan ko siyang tumayo at bigla siyang umaray.

"Dito ako nakagat," sabi ni Jolon, itinaas niya ang manggas ng damit niya. Napabuntong hininga ako nang makita ko iyon. Isang kagat ang nawawala sa braso niya. Ang nakakapagtaka hindi iyon ang dudugo at para bang naimpeksyon ito.

"Ayos lang yan. Halika, aalalayan kita," wika ko sa kanya habang nag-uumpisa na kaming maglakad palabas.

Doon ay may narinig kaming ungol.

Ganoon na ganoon yung ungol na narinig ko noong nakaraan, tahimik at nakakapangilabot, pero madami na. Wari ko'y parang sinasakop ng tunog ang buong lagusan, para bang may lupon ng mga zombie ang naglalakad at hinahanap kami.

"Ano naman kaya iyon?" tanong ng ngayo'y nanghihina nang Jolon. "Ilang beses ko na din iyon naririnig."

"Wag kang mag-alala, Jolon," sagot ko. "Magiging maayos din ang lahat. Sa ngayon ay kailangan nating sundan itong string, makakatulong 'to sa daan sa pagbalik."

Hindi ko masabi kung saan nanggagaling yung ungol. Dahil parang nililibot ng tunog ang buong lagusan, ang hirap malaman o kahit man lang manghula kung saan talaga iyon nanggagaling.

Sabay kaming lumakad ni Jolon, inaalalayan ko siya, at sinusundan namin yung *string*.

Lumiko kami ng isang beses, tapos isa pa, hanggang sa pakiramdam ko'y para na kaming nawawala. Pero ito naman ang daan dahil dito kami dinadala ng *string*. Sa buong paglalakad namin ay tila papalapit ng papalapit yung tunog.

Hanggang sa lumiko kami ng isang beses at hindi ko kaagad naaninag. At doon, nakaupo sa sahig, isang nakaririmarim na zombie na mayroong bagay nasa loob ng bibig niya – ang *string* na aming sinusundan kanina pa.

Kinakain niya iyon, at kami ay napunta dito dahil doon.

SI DAVID AT SI JACKO: ANG MGA LAGUSAN NG ZOMBIE

"Aggggrrrrrr!" Umungol siya ng ilan pang beses nang makita niya kami at sinusubukan niyang tumayo kahit wala na siyang paa.

"ANONG NILALANG 'YAN!" napasigaw si Jolon. "ANO 'YAN?"

"Ito yung kumagat sayo, Jolon," sabi ko sa kanya. "Ito ay maaaring isang baliw na nagdrodroga o kaya'y isang zombie. Pero tingin ko'y isa iyang zombie o parang ganoon. Kailangan nating mag-ingat. Sa tingin ko'y ito rin yung kumain ng aso mo, at kakainin niya rin tayo 'pag nagkataon."

Biglang napalibutan kami ng takot. Nakikita kong kinakabahan na si Jolon, at ako nama'y hindi makalagay gaya noong nakaraan, pero ngayon alam ko na kung anong aasahang mangyari, o parang ganoon.

Nag-umpisa nang lumapit iyong zombie sa amin.

Dahil sa kasalukuyang lagay ni Jolon, hindi kami masyado makatakbo. Ayoko rin namang iwan na lamang siya dito basta-basta. Mga sampung metro pa ang layo ng zombie sa amin. Kailangan naming makaisip ng plano.

Hinayaan kong humagalpak sa sahig si Jolon at kinuha ko ang aking tirador. Inilabas ko din ang ilang mga bala galing sa aking bulsa at inayos ko na sa ang aking armas.

Hinila ko na ang lubid at nang mahila ko na nang husto, binitiwan ko ito. Sa ganitong sitwasyon, lahat ng tira na gagawin ko ay tatama at mayroon pang dagdag na lakas dahil sa malapit lamang kami sa isa't-isa. Isa sa mga bala ang tumama sa pisngi nya, isa sa bandang lalamunan. Yung ikatlo'y sa maayos niyang mata na ang ibig sabihin, kung ako ang tatanungin, ay hindi na siya makakakita ng maayos.

Umungol pa siya ng ilang beses at hindi siya nagpapatinag. Patuloy siya sa pag-abot sa amin.

"Tara, Jolon," bulong ko sa kanya. "Ito na ang pagkakataon nating matakasan siya."

Inalalayan ko siyang tumayo gamit ang isang balikat niya at lumakad kami pagawing kanan na siyang kabaligtaran kung saan nakaharap ngayon yung zombie.

Dire-diretso lamang yung zombie, mukhang magtatagumpay ang plano.

Nagpatuloy kami sa paglakad, at papalapit kami ng papalapit sa zombie na iyon. Parang napipilitan na lamang sumunod si Jacko.

Bumibilis na ang tibok nang puso ko habang pabilis rin nang pabilis ang paglapit ng zombie sa amin. Sa akin ay para bang naka-*slow motion* ang oras, pero maya-maya'y nandoon na siya sa tabi namin, sinusubukan pa rin naming lumakad sa kabilang bahagi.

Sa mismong oras pa na iyon napiling umungol noong zombie.

SI DAVID AT SI JACKO: ANG MGA LAGUSAN NG ZOMBIE

Si Jolon, na kitang-kita namang gulat pa sa mga pangyayari, ay umungol din. Ang tunog noon ay parang nakakaawa kumpara sa boses noong zombie, pero nakuha noon ang atensyon noong zombie.

Kumabig bigla pakanan yung zombie, inaabot niya pa rin kami gamit ang dalawa niyang balikat. Ibinaba ko muna si Jolon sa lapag at ipwinesto ko ang aking kamao. Ngunit biglang nakahawak na siya sa akin, sa kaliwa kong braso. Sinuntok ko siya sa dibdib gamit yung kanan kong kamay para mapigilan siya.

Hanggang sa dahan-dahan ay ginagapos niya na ang katawan ko ng mga kamay niya, matapos noon ay nag-umpisa nang magngitngit ang mga ngipin niya.

Chomp. Chomp. Chomp. Chomp.

Hindi naman na siguro kailangang pag-isipan kung anong gusto niyang gawin, gusto niyang kumain ng laman. Ang masama nga lang, ako ang pinakamalapit sa kanya ngayon.

Hinatak niya pa ako ng malakas papalapit pa sa kanya. Dito ko lang nalaman kung gaano kalakas ang isang zombie. Nahihirapan akong itaboy siya. Papalapit na ako ng papalapit sa kanya.

Nginatngat ni Jacko ang nagdurugong binti noong zombie, pero mukhang walang epekto ito sa kanya kahit na kaunti.

Mga limang pulgada na lamang ang layo ng mukha nitong zombie sa akin. Marahil ay hindi siya humihinga, wala akong maramdamang hangin mula sa ilong nya. Pero ang hiningang nangagaling sa bibig niya'y amoy patay at nakapapanghina para sa akin.

Chomp. Chomp. Chomp. Chomp.

Tatlong pulgada na lang ang layo ko sa nagngitngit na mga ngipin nitong zombie. Handang-handa na siyang kainin ako.

Malapit na ako sa aking katapusan.

Chomp. Chomp. Chomp. Chomp.

Nasa mukha ko na ang labi noong zombie ngayon. Pumikit na lamang ako at umasang mabilis lang ang magiging pagkain niya sa akin.

"Ahhhggrrrr!" sigaw ni Jolon matapos tumalon mula sa sahig at hinampas niya ng malaking bato ang ulo noong zombie. Nabasag ang bungo noong zombie, at tumigil na siya sa pagngingitngit ng mga ngipin niya.

Tumilapon ang wasak na utak niya matapos mabasag ang kanyang bungo; at kasabay rin noon ang pagbagsak ng buo niyang katawan.

Namatay siya sa ikalawang pagkakataon.

Bumagsak din si Jolon kasunod niya.

Ang huling lakad

Humampas din ang likod ko sa pader. Tatlo kaming nakahandusay sa sahig ng lagusan. Isang zombie na nawasak ang utak. Isang hinang-hinang bata na mayroong malaki at nakakahindik-balahibong kagat sa braso. At ang kanyang kapitbahay at best friend, na pagod na pagod dahil muntik nang makain at mapatay ng isang zombie.

Naroon rin si Jacko sa sahig, nakalabas ang dila at parang humihingal.

Nanatili kami sa ganitong posisyon sa loob ng limang minuto nang walang imikan. Mahirap tanggapin sa damdamin ang mga nangyari.

Tumayo lang ako noong bumalik na ang kaunti kong lakas. Lumapit na ako kay Jolon, na ngayo'y nasa sahig at mas nanlulupaypay dahil sa ginawa niya kaninang paghampas.

"Jolon," sabi ko. "Tapos na. Nagawa natin. Patay na yung zombie. At ikaw ang nakapatay sa kanya!"

SI DAVID AT SI JACKO: ANG MGA LAGUSAN NG ZOMBIE

Bumukas ang mga mata ni Jolon, pero parang hindi niya na ako nakikita.

"Hindi maganda ang pakiramdam ko," bulong niya.

"Tara, tutulungan kita."

Sinubukan ko siyang itayo, pero para bang ang bigat-bigat niya. Nakapikit na namang muli ang mga mata niya.

"Jolon?"

Bumukas nang kaunti ang mga mata niya, kaunti lang.

"Patawad… kaibigan…"

Pumikit nang muli ang mga mata niya, at wala na siyang buhay.

Patay na ang best friend ko.

Pinatay ng isang zombie sa isang lagusan. Sa ilalim ng mismong kalye kung saan nakatirik ang bahay nila.

Parang nawasak ang puso ko. Hindi ko pa naramdaman ito sa buong buhay ko.

Mahalaga para sa akin ang pagkakaibigan namin kaya't hindi ko mapigilang umiyak.

Alam kong kailangan kong tumayo. Nakapanuod na ako ng masyadong madaming palabas.

Pinulot ko yung baseball bat at naghintay ako.

Naghintay ako ng limang minuto, tapos sampu pa. At limang minuto pa muli. Nakatingin lamang ako sa kanya.

Hanggang sa nangyari na ang hinihintay ko. Bumukas ang mata niya. Parang wala iyong laman pero nakatingin ang mga matang iyon sa akin. Isang malalim at garalgal na ungol ang lumabas mula sa bibig niya habang tumatayo siya.

Nangngitngit na ang kanyang ngipin noong inihampas ko na ang batuta.

Nawasak ng hampas na iyon ang panga niya, at iyong leeg niya naman ay narinig kong nabali.

Sa pangalawa kong hampas ay tuluyan nang nabasag ang bungo niya.

Hindi gugustuhin ni Jolon na manatiling isang zombie.

Sa Aking Tahanan

Sa paglaon ay natagpuan ko rin ang daan ko pauwi. Halos mauubos na ang sindi ng sulo ko nang makarating ako sa kwarto ko. Kinain ng zombie ang *string* na palatandaan ko sana, kaya hindi naging madali ang lahat. Para akong magkakasakit dahil sa pagod at dahil na rin sa hindi ko mawaring pakiramdam sa loob ng aking tiyan.

Sa loob-loob ko'y para akong tumanda ng limang taon, na marami na para sa akin.

Halos mag-gagabi na noong nakauwi ako. Nakita ko ang ilang kahoy sa ibaba ng bahay, naroon din ang ilang mga pako at ang martilyo ni Lolo. Minartilyo ko ang likod ng aking aparador at pinatibay ko ang harang ng husto. Matapos noon ay ibinalik ko na ang mga dati nang nakalagay sa aparador ko para hindi na ito muling mabubuksan.

Ayoko na ng kung sinumang bibisita sa gitna ng gabi.

Nahiga na ako sa kama kasama ni Jacko at sabay kaming natulog.

Made in the USA
Monee, IL
23 August 2025